பஞ்ச பூதங்கள்

வி.எஸ்.ரோமா

ISBN 978-1-63886-429-5

பொருளடக்கம்

1

பஞ்சபூதங்கள்முறையே நிலம் கடினமானது எனவே அது கடின-குணத்தையும் நீர் குளிர்ச்சியானது அதனால் குளிந்த தன்மையும் தீ சுட்டு ஒன்றாக்கும் தன்மையுடையது காற்று பரந்த தன்மையினால் பரந்து ஒன்று திரட்டும் தன்மையும் ஆகாயத்தில் எல்லா விடயங்களும் நடை-பெறுவதால் நிறைந்து நிற்கும் தன்மையும் பெறுகின்றது. உடல் உலகை உணர ஐம்புலன் உண்டு.

பஞ்சபூதம்

பஞ்சபூதத் தலங்கள் என்பவை நீர், நெருப்பு, காற்று, நிலம், ஆகா-யம்எனும் பஞ்ச பூதங்களுக்கு உரிய சிவாலயங்களாகும். இத்தலங்களில் மூலவராக உள்ள சிவலிங்கங்கள் பஞ்சபூதங்களின் பெயர்களாலேயே அழைக்கப்பெறுகின்றன. இத்தலங்கள் அனைத்தும் தென்னிந்தியாவில் அமைந்துள்ளன. உலகிலுள்ள அனைத்து உயிர்களும் பொருட்களும் பஞ்ச பூதங்களில் ஐந்தும் கலந்தோ சிலவனவற்றைக் கொண்டோ உரு-வாகி இருக்கும்.

நிலம், நீர், நெருப்பு, காற்று, ஆகாயம் ஆகியவற்றை பஞ்சபூதங்கள் என்று அழைக்கிறோம். இந்த பஞ்சபூதங்களின் இயக்கத்தைக் கொண்-டுதான் உலகம் இயங்குகிறது.

பரம்பொருளாகிய இறைவன் இந்த பஞ்சபூதங்களில் கலந்திருந்து நம்மை வழிநடத்துகிறார். ஆன்மிக ரீதியாக பஞ்சபூதங்களுக்கும் திருத்தலங்-களை நம் முன்னோர்கள் ஏற்படுத்தி வைத்துள்ளனர்.

அவை;

சிதம்பரம்.... ஆகாயம்

திருவண்ணாமலை...நெருப்பு

திருவானைக்காவல்......நீர்

காளகஸ்தி....... காற்று

காஞ்சீபுரம்.... நிலம் ஆகும்.

இதில் ஆகாயத்திற்குரிய சிதம்பரம் திருத்தலமே முதன்மையானதும், பழமையானதும் ஆகும். பஞ்சபூத தலங்களுக்குச் செல்லும்போது, சிதம்பரத்தில் தொடங்கி காளகஸ்தி, திருவண்ணாமலை, திருவானைக்காவல், காஞ்சீபுரம் சென்று யாத்திரையை நிறைவு செய்வது மரபு

பஞ்சபூத வழிபாடு செய்வதால் கிடைக்கும் பலன்கள்...

பஞ்சபூதங்கள் என்று அழைக்கப்படுவது நீர், நிலம், காற்று, வானம் மற்றும் நெருப்பு. நாம் செய்யும் ஒவ்வொரு தொழிலும் மற்றும் செயலும் பஞ்சபூதங்களை சார்ந்ததாகவே இருக்கும். உலகம் இயங்குவதற்கு மிக முக்கியமான காரணமாக இருப்பது பஞ்ச பூதங்களால் தான் என புராணங்களில் சொல்லப்படுகிறது.

"பஞ்சபூதத்திக தேவகா" என்ற இந்த மந்திரத்தை 16 முறை பிரம்மமுகூர்த்தத்தில் ஒலிக்கும்போது உங்களுக்கு ஏற்பட்டிருக்கும் பஞ்சபூத தோஷங்கள் அனைத்தும் விலகும். பஞ்சபூதங்களை நம்பி தொழில் புரிபவர்கள், பஞ்சபூதங்களால் ஆபத்துக்கள் ஏற்படுபவர்கள், பஞ்சபூதத் தோஷங்கள் இருப்பவர்கள் இந்த மந்திரத்தை அதிகாலையில் எழுந்து நீராடிவிட்டு ஜெபிக்க வேண்டும்.

பஞ்சபூத சக்திகளை கொண்ட ஐந்து மூர்த்திகளான பிரம்மன், உருத்திரன், மகேஸ்வரன், சதா சிவன் மற்றும் விஷ்ணு. பஞ்ச சக்திகளான பராசக்தி, ஆதிசக்தி, இச்சா சக்தி, கிரியா சக்தி மற்றும் ஞான சக்திகளாகும். இவைகளை மந்திரங்களுடன் நாம் ஜெபித்தால் நமக்கு பஞ்சபூதங்களின் சக்தி கிடைக்கும். நமது அண்டம் முழுவதும் பஞ்சபூதங்களினால் உருவானது எனவே இது அனைத்தும் நமக்கு சாதகமாக இருப்பதற்கு இந்த வழிபாடு மிகவும் முக்கியம்.

மனிதனுக்கும் பஞ்ச பூதங்கள், அதன் ஐந்து குணங்கள், ஐந்து புலன்கள், ஐந்து மனித மேம்பாடுகள் ஆகியவற்றுக்கு இடையே இயல்பாகவே தொடர்பு உள்ளது. அமாவாசை முடிந்த 5-ம் நாள் மற்றும் பௌர்ணமி முடிந்த 5-ம் நாள் வருவது மகா சக்தியான பஞ்சமி திதி. இந்நாளில் நாம் ஐந்து முகங்கள் கொண்ட குத்து விளக்கில் ஐந்து எண்ணெய்களை கலந்து விளக்கேற்றி வழிபாடு செய்யவேண்டும்.

இச்சமயத்தில் நாம் "ஓம் ஸ்ரீ பஞ்சமி தேவியை நமஹ" என்ற மந்-திரத்தை 108 முறை சொல்லி இனிப்பு அல்லது பழங்களைக் கொண்டு நைவேத்தியத்தை செய்ய வேண்டும்.

இதேபோல் திசைக்கு ஏற்ப நாம் வழிபாடுகள் செய்ய வேண்டும். உங்களுக்கு திருமணத்தில் சிக்கல், தொழில் பின்னடைவு, பணக் கஷ்-டம், மன கஷ்டம், குடும்பச் சிக்கல் போன்ற அனைத்துக்கும் பஞ்சபூத வழிபாடு சிறந்ததாக இருக்கும்.

எனவே இதனை சாதாரணமாக எடுத்துக் கொள்ளாமல் இதன் சக்-தியை அறிந்து சிறப்பான பஞ்சபூத வழிபாடுகளில் பஞ்ச பூதங்கள் இருக்கும் தலங்களுக்கு சென்று பிரார்த்தனை செய்வது நல்லது.

பஞ்சபூதங்கள் என்று அழைக்கப்படுவது நீர், நிலம், காற்று, வானம் மற்றும் நெருப்பு. நாம் செய்யும் ஒவ்வொரு தொழிலும் மற்றும் செயலும் பஞ்சபூதங்களை சார்ந்ததாகவே இருக்கும். உலகம் இயங்குவதற்கு மிக முக்கியமான காரணமாக இருப்பது பஞ்ச பூதங்களால் தான் என புரா-ணங்களில் சொல்லப்படுகிறது.

"பஞ்சபூதத்திகதேவகா" - இந்த மந்திரத்தை 16 முறை பிரம்-மமுகூர்த்தத்தில் ஒலிக்கும்போதுஉங்களுக்கு ஏற்பட்டிருக்கும் பஞ்சபூத தோஷங்கள் அனைத்தும்விலகும்.

பஞ்சபூதங்களை நம்பி தொழில் புரிபவர்கள், பஞ்சபூதங்களால் ஆபத்துக்கள் ஏற்படுபவர்கள், பஞ்சபூதத் தோஷங்கள் இருப்பவர்கள் இந்த மந்திரத்தை அதிகாலையில் எழுந்து நீராடிவிட்டு ஜெபிக்க வேண்-டும். இதனால் பஞ்சபூதங்களால் உங்களுக்கு நன்மைகள் ஏற்படும்.

பஞ்சபூத சக்திகளை கொண்ட ஐந்து மூர்த்திகளான பிரம்மன், உருத்திரன், மகேஸ்வரன், சதா சிவன் மற்றும் விஷ்ணு. பஞ்ச சக்திக-ளான பராசக்தி, ஆதிசக்தி, இச்சா சக்தி, கிரியா சக்தி மற்றும் ஞான சக்திகளாகும். இவைகளை மந்திரங்களுடன் நாம் ஜெபித்தால் நமக்கு பஞ்சபூதங்களின் சக்தி கிடைக்கும். நமது அண்டம் முழுவதும் பஞ்சபூ-தங்களினால் உருவானது எனவே இது அனைத்தும் நமக்கு சாதகமாக இருப்பதற்கு இந்த வழிபாடு மிகவும் முக்கியம்.

பஞ்ச பூதங்களின் நிறமும், அவற்றின் விளைவும்.... நீர், நிலம், காற்று, ஆகாயம், நெருப்பு என்கிற ஐந்து அம்சங்களின் கலவையாகவே இந்த பூமியும், அதில் வசிக்கும் உயிர்களும் இருக்கின்றன

பீஜ மந்திரங்களுக்கு உதாரணமாக, சாஸ்திரங்கள் குறிப்பிட்டுள்ள, பஞ்ச பூதங்களுக்கு உரியவற்றை இங்கே பார்க்கலாம். அவை, குறிப்-பிட்ட வடிவம் மற்றும் நிறம் ஆகிய தன்மைகள்..... கொண்டவை.

நிலம் - இதற்குரிய பீஜம் 'லம்' ஆகும். இது சதுர வடிவமாகவும், பொன் மஞ்சள்...... நிறத்தையும் கொண்டது.

நீர் - இதற்குரிய பீஜம் 'வம்' ஆகும். இது பிறை சந்திரனின் வடிவம் கொண்டது. இதன் நிறம் வெள்ளியின் வண்ணம்.... ஆகும்.

நெருப்பு - இதன் பீஜம் 'ரம்' என்பதாகும். நெருப்பை குறிக்கும் இதன் வடிவம் முக்கோணம் ஆகும். சிவந்த நிறம்..... கொண்டது.

காற்று - காற்றுக்கான பீஜம் 'யம்' ஆகும். இது அறுகோண வடிவம் கொண்டது. நீலம் மற்றும் கருமை நிறத்தைப்............. பெற்றிருக்-கும்.

ஆகாயம் - ஆகாயத்தை குறிக்கும் பீஜம் 'ஹம்' ஆகும். இது வட்ட வடிவம் உடையது. கத்தரிப்பூவின் ஊதா நிறம் கொண்டது.

நாம் தொடங்கும் ஒரு செயலினை நல்ல நாட்களில், நல்ல நேரத்-தில், நல்ல மனதோடு தொடங்குவது வெற்றி தரும். கூடுமானவரை நல்ல செயலை தொடங்குவதற்கு முன்பு அனைவரும் நல்ல நேரம் பார்ப்பது பழக்கம்தான். சில சமயங்களில் நாம் மேற்கொள்ளும் முயற்சிகள், பிரச்-சினைகளை அதிகப்படியாக எதிர் கொள்ளாமல் இருக்க பரிகாரம் செய்-வது...

நாம் தொடங்கும் எந்த ஒரு காரியத்திற்கும் மூலாதாரமாகவும், அடிப்படையாகவும் அமைந்திருப்பது பஞ்சபூதங்கள் தான். பஞ்சபூதங்-களின் உதவி இல்லாமல் நம்மால் வாழ முடியாது. பஞ்சபூதங்களின் உதவியில்லாமல் எந்த ஒரு தொழிலையும் செய்யவும் முடியாது. எந்த செயலை தொடங்குவதற்கு முன்பாகவும் முதலில் பஞ்சபூதங்களிடம் அனுமதி பெற்று, பஞ்சபூதங்களின் ஆசீர்வாதத்தை பெற்று தொடங்கு-வது நல்ல பலனைத் தரும்.

உங்களது செயல்பாட்டை தொடங்குவதற்கு சிறிது நேரத்திற்கு முன்-பாக, உங்களது மனதினை ஒரு நிலைப்படுத்தி அமைதியான சூழ்நி-லைக்கு கொண்டு வரவேண்டும். இரண்டு கைகளையும் சாமி கும்பிடு-வது போல முதலில் வைத்துக் கொள்ள வேண்டும். அதன் பின்பு ஐந்து முறை மூச்சை உள்வாங்கி, வெளியிடுங்கள். ஐந்து நிமிடத்தில் உங்களது மனது ஒரு நிலைப்பட்டு இருக்கும். கண்களை மூடிக்கொண்டு பஞ்சபூ-தங்களில் ஒவ்வொன்றின் பெயராக வாய்விட்டு உச்சரிக்கலாம்.

நிலம், நீர், காற்று, ஆகாயம், நெருப்பு ஐம்பூதங்களாலான நீங்கள், என்னுடைய வாழ்க்கையை முன்னேற்றுவதற்கு உறுதுணையாக இருக்க வேண்டும். என்னுடைய செயல்பாட்டில் ஐம்பூதங்களினால் எந்த ஒரு தடங்கலும் ஏற்பட்டுவிடக் கூடாது. என்னுடைய குடும்பத்தையும், என்-னுடைய தொழிலையும், முன்னேற்றும் பொறுப்பு ஐம்பூதங்களான உங்கள் கையில் ஒப்படைத்து விட்டு, என்னுடைய செயல்பாட்டை... செயல்ப-டுத்த போகின்றேன். .என்றபடி சொல்லவேண்டும்.

இதன்மூலம் பஞ்சபூதங்களின் ஆசீர்வாதத்தையும் நம்மால் பெற முடியும். இந்த தியானத்தை தொடங்குவதற்கு முன்பாகவே ஒன்பது வெள்ளைத் தாள்களை உங்கள் அருகில் எடுத்து வைத்துக்கொள்ள வேண்டும். அதில் குங்குமத்தை தொட்டு ஒவ்வொரு தாளிலும், ஒவ்-வொரு ஸ்வஸ்திக் சின்னம் வரைந்து, நான்கு மூலைகளிலும் நான்கு புள்ளிகளை வைத்து விடவேண்டும்.

அதை மடித்து உங்கள் உள்ளங்கைகளில் ஒருமுறை வைத்து, பஞ்ச பூதங்களிடம் ஆசிர்வாதம் பெற்றுக் கொள்ளுங்கள். இதன் மூலம், உயி-ருடன் நம் பூமியில் வாழ்ந்து கொண்டிருக்கும் பஞ்சபூதங்களை நீங்-கள், உங்கள் வசப்படுத்தி இருக்கிறார்கள் என்பதுதான் இதன் அர்த்தம். தடைகள் குறைந்து, விரைவாக முன்னேற்றத்திற்கு வழிவகுக்கும் பரிகா-ரம்...

பஞ்சபூத சிவ தலங்கள்

பஞ்சபூத சிவ தலங்கள் — இந்த உலகம் நிலம், நீர், நெருப்பு, காற்று, ஆகாயம் என்ற ஐந்து சிவசக்திகளால் ஆனது.

இந்த ஐந்து சக்திகளுக்கு உலகை ஆக்கும் வல்லமையும், காக்கும் வல்லமையும், அழிக்கும் வல்லமையும் உண்டு. இந்த சிவசக்திகளை சமஸ்கிருத மொழியில் பிருதிவி(நிலம்), அப்பு(நீர்), தேயு(நெருப்பு), வாயு(வளி), ஆகாசம்(வான்) என அழைக்கின்றார்கள்.

இவற்றின் வல்லமையை கருத்தில்கொண்டு ஐம்பெரும்சக்திகள்என்று தமிழில் அழைப்பதைப் போல சமஸ்கிருதத்தில்ப ஞ்சபூதங்கள் என்று வழங்குகிறார்கள்.

இறைவனான சிவபெருமான் பஞ்ச பூதங்களாக அருள்புரியும் தென்-இந்தியாவின் ஐந்து கோவில்கள் பஞ்சபூத சிவதலங்களாகும்.

நிலம்

பிருத்விதலம் தமிழ்நாட்டில் திருவாரூர் மாவட்டத்தில் உள்ள தியா-கராஜர் அல்லியங்கோதை திருக்கோயில் பிருத்விதலமாகும். சுந்தர மூர்த்தி நாயனார் நட்பு கொண்டவர், அப்பர் சுவாமிகளால் பாடல் பெற்றவர் தியாகராஜர். பிருத்வி என்றால் மண்ணாகும். இங்குள்ள இறைவனை பிருத்விலிங்கம் என்றும், புற்றுமண்ணால் ஆனலிங்கரூபாக இறைவன் இருக்கிறார் என்பதால் புற்றிடங் கொண்டநாதர் என்று வழங்-கப்படுகிறார்.

நீர்

அப்புதலம் தமிழ்நாட்டில் திருச்சிராப்பள்ளி மாவட்டத்தில் உள்ள ஐம்புலிங்கேஸ்வரர் அகிலாண்டேஸ்வரி திருக்கோயில் அப்புதலமாகும். இத்திருக்கோயில் திருவானைக்காவல் என்றும் அழைக்கப்பெறுகிறது. அப்பு என்றால் நீராகும். உமையம்மை ஈசனை வணங்க நீரைக்கொண்டு லிங்கம் செய்தார், இந்த லிங்கம் அப்புலிங்கம் என்றுஅழைக்கப்படுகிறது. இறைவன் நீர்வடிவான அப்புலிங்கமாக தோன்றி அருள் செய்ததலம் இது.

நெருப்பு

தேயுதலம் தமிழ்நாட்டில் திருவண்ணாமலை மாவட்டத்தில் உள்ள அருணாசலேஸ்வரர் உண்ணாமுலையம்மை திருக்கோயில் தேயுதலமா-கும். தேயு என்றால் நெருப்பாகும். பிரம்மாவிற்கும் விஷ்ணுவிற்கும் இடையே யார் பெரியவன் என்று போர் நிகழந்த போது, அடிமுடிகாண முடியாத நெருப்பாக உயர்ந்து தானே பெரியவன் என்று சிவபெருமான் உணர்த்தினார். பிரம்மாவிற்கும், விஷ்ணுவிற்கும் இறைவன் நெருப்பாக தோன்றி அருள் செய்ததலம் இது.

காற்று

வாயுதலம் ஆந்திராவில் சித்தூர் மாவட்டத்தில் உள்ள காளஹஸ்-தீஸ்வரர் ஞானப்பூங்கோதை திருக்கோயில் வாயுதலமாகும். சிலந்தி, பாம்பு, யானை என உயிர்கள் வழிபட்டு சிவபெருமானை அடைந்த

தலம். இந்த உயிர்களின் பெயரான ஸ்ரீ (சிலந்தி), காள (பாம்பு), ஹஸ்தி (யானை) என்று அழைப்படுகிறார். இறைவன் வாயுலிங்கமாக-காட்சி தரும் தலம் இது.

ஆகாயம்

ஆகாசதலம் தமிழ்நாட்டில் சிதம்பரம் மாவட்டத்தில் உள்ள நடராசர் சிவகாமியம்மை திருக்கோயில் ஆகாசதலமாகும். நடராஜர் கோலத்தில் உலகில் ஐந்தொழில் செய்யும் திருக்கோலத்தில் சிவபெருமான் இருக்கி-றார். மாணிக்கவாசரின் பாடலை எழுதி சிற்றம்பலத்தான் என இறை-வனே கையெழுத்து இட்டு அருள் செய்த தலம். சித் என்றால் அறிவு, அம்பரம் என்று வெளி.. நீக்கமற எங்கும் நிறைந்திருக்கும் இறைவன் ஆகாயமாக அருள் தரும் தலம்.

ஓம் நமச்சிவாய

திருநெல்வேலி மாவட்டத்தில் உள்ள பஞ்சபூத தலங்கள் :

மண் - சங்கரன்கோவில்

நீர் - தாருகாபுரம்

காற்று - தென்மலை

தீ - கரிவலம்வந்தநல்லூர்

ஆகாயம் - தேவதானம்Top of Form

Bottom of Form

மதுரையிலும் பஞ்சபூத தலங்கள் ,,,

பஞ்சபூத தலங்கள் எவைவென்னு கேட்டால் காஞ்சிபுரம், சிதம்பரம்,திரு-வண்ணாமலை, திருவாணைக்காவல், காளஹஸ்தின்னு எல்லாருக்குமே தெரியும். ஆனா, கோயில் நகரமான மதுரையிலேயே பஞ்சபூதத்தலங்-கள் உள்ளதை நம்மில் பல பேர் தெரிந்திருக்க வாய்ப்பில்லை. அதுவும் அனைத்து கோவில்களையும் ஒரே நாளில் தரிசிக்கும் வகையில் மிக-வும் அருஅருகைமையில் உள்ளதுன்னு சொன்னால் நம்பவும் மாட்டீங்க. அவை

எவைன்னு தெரிஞ்சுக்கலாமா?!

பஞ்சபூத தலங்கள் எவைவன்னு கேட்டால் காஞ்சிபுரம், சிதம்பரம்,திரு-வண்ணாமலை, திருவாணைக்காவல், காளஹஸ்தின்னு எல்லாருக்குமே தெரியும்.

ஆனா, கோயில் நகரமான மதுரையிலேயே பஞ்சபூதத்தலங்கள் உள்ளதை நம்மில் பல பேர் தெரிந்திருக்க வாய்ப்பில்லை. அதுவும்

அனைத்து கோவில்களையும் ஒரே நாளில் தரிசிக்கும் வகையில் மிகவும் அருஅருகைமையில் உள்ளதுன்னு சொன்னால் நம்பவும் மாட்டிங்க. அவை எவைன்னு தெரிஞ்சுக்கலாமா?!

நீர் ஸ்தலம் — மதுரை செல்லூரில் உள்ள திருவாப்புடையார் கோவில்.

ஆகாய ஸ்தலம் — சிம்மக்கல் பழைய சொக்கநாதர் கோயில்.

நில ஸ்தலம் — இம்மையில் நன்மை தருவார் கோவில்.

நெருப்புஸ்தலம் —

தெற்கு மாசி வீதி தென் திருவாலவாயர் கோயில்.

காற்று ஸ்தலம் — தெப்பக்குளம் முக்தீஸ்வரர் கோவில்.

ஆகியவை மதுரையிலேயே உள்ள பஞ்சபூதங்களை உள்ளடக்கி வெள்ளை, ஊதா, பச்சை, சிவப்பு, மஞ்சள் நிறங்கள் கலந்த பஞ்சவர்ண கிளியை அன்னை மீனாட்சி கையில் பிடித்துள்ளார்.

மதுரையிலிருக்கும் பஞ்சபூத தலங்களை சென்று தரிசியுங்கள். வாழ்வில் வளமும் பெறுவீர்கள்.

ஆகாயம் (வெட்டவெளி

படைப்பின் தொடக்கத்தில் இறைவன் ஓம் என்ற ஒலியைக் கூறினார். அதனை வைத்திருக்க ஒரு இடம் தேவைப்பட்டது. வெட்டவெளி இதனால் உருவாகியது. எங்கும் வியாபித்திருக்கும் அளவற்ற ஆற்றல் அதற்கு உண்டு. அது எல்லாவிடத்திலும் இருக்கிறது. அது அனைத்தையும் தனக்குள் அடக்கி கொள்ளவல்லது. நமது முன்னோர்கள் வெட்டவெளி தன்னை இறைவனாகக் கருதி வழிபட்டனர். அதற்கு சப்தப்ரம்மன் ஒலி வடிவிலான இறைவன் என்று பெயரிட்டனர்.

குணங்கள், இயல்புகள்

ஆகாயம் என்ற இந்த மூலக்கூறு (ELEMENT), ஒலியைத் தனது இயல்பாகக் கொண்டுள்ளது. இசையும் மற்ற எல்லா ஒலிகளும், அனைத்துப் பொருளுக்கும் (MATTER) ஆற்றலுக்கும் (ENERGY) ஆதாரமான ஓம் என்ற பேரண்ட ஒலியின் பலவித வெளிப்பாடுகளேயாகும். வெட்டவெளி எவ்வாறு எங்கும் பரந்து விரிந்து இருக்கும் தன்மை கொண்டதோ, அவ்வாறே நாமும் நமது இதயத்தை விரிவடையச் செய்து, அனைத்தையும் நமக்குள் ஏற்று, படைப்பு முழுவதையும் நேசிக்கும் பேரன்பு நிறைந்து இருக்க வேண்டும்.

காற்று

காற்று இறைவனால் படைக்கப்பட்ட மிக முக்கியமான மூலக்கூறு. காற்று இல்லாமல் சிறிதுநேரம் கூட, ஜீவராசிகள் உயிர்வாழ இயலாது. காற்றினை நமது முன்னோர்கள் வாயுதேவன் என்று வழிபட்டுவந்தனர்.

இயல்புகள்

காற்றுக்கு இரு குணங்கள் உண்டு. ஒன்று ஒலி. மற்றொன்று தொடு உணர்வு. . அது பற்றில்லாது இருக்கும் இயல்புடையது. அது எங்கும் அசைந்து செல்வது. ஆனால் அது எந்த இடத்தையும் பற்றிக்கொள்-வது இல்லை. ஏழையோ, பணக்காரனோ மனிதனோ, விலங்கோ தாவர இனமோ. பிராணிகள் இனமோ எல்லோரிடமும் எந்த சுயநலமுமில்லா-மல் எந்த பாரபட்சமும் இல்லாமல் எல்லோருக்கும் தன்னை வழங்குகி-றது. அனைவருக்கும் அன்பாய் காற்றாக வந்து வீசுகிறது, காற்றில்லாது. இனிய இசை உருவாகாது

நெருப்பு

நெருப்பு என்ற மூலக்கூறு ஒளியைக் குறிக்கிறது. நெருப்புக்கு அக்-னிதேவன் என்ற பெயர் கொடுக்கப்பட்டுள்ளது. நாம் நெருப்பை வழிபடு-கிறோம். ஹோமங்கள் செய்கிறோம். தீயைக் கொண்டு நாம் அனைத்து கடவுளருக்கும் ஆரத்தி எடுக்கிறோம்.

குணங்கள் (இயல்புகள்)

நெருப்புக்கு சப்தம், ஸ்பரிசம், உருவம் ஆகிய மூன்று இயல்புகள் உண்டு. நெருப்பு தான் எரிந்து கொண்டு பிறருக்கு ஒளிதருகிறது. அது சக்தியினையும் பரப்புகிறது. சூரியனும் ஒருவிதத்தில் நெருப்பு கோளமா-கும். அது சக்தியும் ஒளியும் தருகிறது. ஒளி, அறிவினைக் குறிக்கும் சின்னம். ஒளி இருட்டை விலக்குவது போல் அறிவும் அறியாமை என்-னும் இருட்டை விலக்குகிறது. நெருப்பு அனைத்திலும் உள்ள மாசினை எரித்து அவற்றைத் தூயதாக்குகிறது. (உ-ம்) தங்கம். அது தூய்மையின் சின்னம் கூட. அறிவின் ஒளி ப்ரகாசிக்கும் போது வெறுப்பு, பொறாமை, பேராசை போன்ற கெட்ட குணங்கள் விலகி நற்குணங்கள் வெளிப்படு-கின்றன. நெருப்பில் தீ எப்போதும் மேலே செல்கிறது, அது போலவே நாமும் உயர்ந்த சிறந்த இதண்ணீர்-1

தண்ணீர்

இறைவன் படைப்பில், பஞ்ச பூதங்களில் ஒன்றான தண்ணீர் அமுதம் போன்றது. தண்ணீரில்லாது உயிர்வாழ இயலாது. மனிதன், விலங்கு தாவரம் இவையனைத்தும் பிழைத்திருக்கத் தண்ணீர் மிகவும் அவசியம்.

பாரத நாட்டில் அனைத்து நதிகளையும், கங்கா மாதா, கோதாவரி மாதா காவிரி அன்னை என்று அன்னையாக மதித்து அழைக்கிறோம்.அவற்றைத் தேவியர்களாக வழிபடுகிறோம்.கங்கா தேவிக்கு தினமும் ஆரத்தி நடைபெறுகிறது. உயிரூட்டும் தண்ணீர் கொடுப்பதற்காக, இவ்வாறு இந்த நதிகளுக்கு நமது நன்றியைத் தெரிவித்துக் கொள்கிறோம். சுயநலம் காரணமாக மனிதன் இந்த நதிகளைத் தூய்மையாகவும் சுத்தமாக வும் வைத்திருக்க அக்கறை எடுத்துக் கொள்வதில்லை. நாம் குப் பைகளையெல்லாம் அவற்றில் எறிகிறோம். நதிகளின் அருகில் உள்ள தொழிற்சாலைகளும் வேண்டாத கழிவுப்பொருட்களை ஆற்றில் விடுவ தால் மனிதன் ஆற்றைப் பயன்படுத்த இயலாது, பயனற்றதாகி விட்டன. இயற்கையின் சமநிலையும் குலைந்துள்ளது. அன்றாட வாழ்க்கையி லும், நாம் அதிகத் தண்ணீரை வீண் செய்கிறோம். தேவைக்குத் தகுந்த அளவுக்கு குறைத்துக் கொள்வதில்லை. இயற்கையும் சில இடங்களில் வெள்ளத்தையும் சில இடங்களில் பற்றாக்குறையும் உருவாக்கி நம்மை தண்டிக்கிறது.

தண்ணீரின் இயல்புகள்

தண்ணீருக்கு ஒலி, ஸ்பரிஸம், வடிவம், சுவை ஆகிய நான்கு இயல் புகளும் உண்டு. இடைவிடாது ஓடிக்கொண்டிருக்கும் குணமும் அதற் குண்டு. நாம் அதனிடமிருந்து கற்றுக்கொள்ள வேண்டிய பாடம், பிற ருக்கு உதவி செய்வதும் இயற்கையில் இசைவு ஏற்படச் செய்வதுமான பணியினை சோம்பல் இல்லாமல் செய்து கொண்டே இருப்பதும் ஆகும். தண்ணீர் எப்போதும் உயர்ந்த நிலையிலிருந்து தாழ்ந்த நிலைக்கு ஓடிக் கொண்டே இருக்கிறது. எந்த அளவுக்கு உயரத்தில் இருக்கிறதோ அந்த அளவுக்கு அதன் ஆற்றலும் அதிகமாக இருக்கிறது மின்சக்தி உரு வாக அது உதவி செய்கிறது. கீழ்நோக்கிச் செல்ல அது தயங்குவ தில்லை. அதுபோலவே நாமும் அகந்தையைக் கைவிட்டு ஏழைகளை நேசிக்க வேண்டும்..இயல்பாகத் தண்ணீர் பருகும் போதும், நீராடும் போதும் குளிர்ச்சியைத் தருகிறது .ஓடும் தண்ணீர் தன்னுடன் அழுக் கையும் எடுத்துச் செல்கிறது. அந்தப்பகுதியை ஒழுங்காகவும் சுத்தமாக வும் ஆக்குகிறது,

நிலம்

பஞ்சபூதங்களும்,இறைவனது தெய்வீகப் பொருள்களாகும்.ஆகவே நமது முன்னோர்கள் அவைகளைக் கடவுளர்களாகப் போற்றி வந்தனர்.நாம் பூமியை,பூதேவி அல்லது பூமாதா என்று வழிபடுகிறோம்.பூமியிலிருந்து நமக்குள்ள அநாவசியத் தேவைகளைக் குறைத்துக்கொண்டு,நற்செயல்கள் புரிவதன் மூலம் நாம் பூமியை எப்போதும் பரிசுத்தமாக வைத்திருக்க வேண்டும்.

இயல்புகள்

பூமிக்கு ஒலி,ஸ்பரிசம்,வடிவம்,சுவை,மணம் ஆகிய ஐந்து இயல்புகள் உண்டு.பூமி நமக்கு சக்தியும் உணவும் தருகிறது. பூமியின் உதவியைக் கொண்டுதான் நமது வாழ்க்கை நடைபெறுகிறது.அது நமக்குப் பொறுமையும் பரந்த மனப்பான்மையையும் தருகிறது.லேசான,கனமான வாகனங்கள் அதன் மேல் செல்லுகின்றன.நாம் அதனைத் தோண்டுகிறோம்.கலப்பையால் அதனை உழுகிறோம்.அதற்குப் பல இடைஞ்சல்களும் காயங்களும் தருகிறோம்.ஆனால் அது மிகவும் அமைதியுடன் இவை அனைத்தையும் ஏற்றுக்கொள்கிறது.பிரதியாக,நமக்கு உணவு,பிற அவசியமான பொருட்களான விறகு, நிலக்கரி,தாதுபொருட்கள் போன்றவற்றவைத் தருகிறது.

நிலம், நீர், நெருப்பு, காற்று, ஆகாயம் ஆகியவற்றை பஞ்சபூதங்கள் என்றுஅழைக்கிறோம். இந்த பஞ்சபூதங்களின் இயக்கத்தைக் கொண்டுதான் உலகம்இயங்குகிறது.

வாசகர்களால் நான்
வாசகர்களுக்காக நான்

முற்போக்கு எழுத்தாளர் வி.எஸ்.ரோமா – கோயம்புத்தூர்
+91 82480 94200
20 புத்தகங்கள் எழுதியுள்ளேன்
விருதுகள் பல பெற்றுள்ளேன்.
கதை , கவிதை, கட்டுரை, நாவல் பொன்மொழி, நாடகம்
எழுதுவேன்.

என்
எழுத்து
என் மூச்சுள்ள வரை
என் வாசிப்பே
என் சுவாசிப்பு
என்றும்

எழுதிக் கொண்டிருக்க வே
என் ஆசை

நான் திருமணமே செய்து கொள்ளாத பெண்மணி என்பதில்
எனக்கு மகிழ்வே.

என் எழுத்துக்கு முழு ஒத்துழைப்பு கொடுப்பவர்கள் என்
பெற்றோர்களே.

தந்தை
கா சுப்ரமணியன் _ தாசில்தார் - ஓய்வு

தாய்.
சு. கிருஷ்ணவேணி

என் பெற்றோர்களே
என்
எழுத்துக்கும்
எனக்கும் முழு ஒத்துழைப்பு தருகின்றவர்கள் என்பதில்
எனக்கு மகிழ்ச்சியே.

நான் ரோமா ரேடியோ
என்ற பெயரில் எஃப் எம் ஆரம்பித்துள்ளேன்.

என்
எழுத்து
என் ரோமா வானொலி மூலம்
எங்கும் ஒலிக்க
எட்டு திக்கும் ஒலிக்க
என் ஆவல்.

பெண்களை
பெரிதாக நினைத்துப்

பெரும் மகிழ்ச்சியடைந்து
பெருமைப் படுத்த வேண்டும்.

முற்போக்கு எழுத்தாளர்
வி.எஸ். ரோமா
Roma Radio
கோயம்புத்தூர்
+91 82480 94200